shule - lekol 2
usafiri - vwayaz 5
usafiri - transpor 8
jiji - lavil 10
mazingira - peizaz 14
mgahawa - restoran 17
dukakuu - sipermarse 20
vinywaji - labwason 22
chakula - manze 23
shamba - laferm 27
nyumba - lakaz 31
sebuleni - salon 33
jikoni - lakwizinn 35
bafu - saldebin 38
chumba ya mtoto - lasam zanfan 42
nguo - linz 44
ofisi - biro 49
uchumi - lekonomi 51
kazi - travay 53
zana - zouti 56
ala za muziki - instriman lamizik 57
bustani ya wanyama - zoo 59
michezo - spor 62
shughuli - aktivite 63
familia - fami 67
mwili - lekor 68
hospitali - lopital 72
dharura - irzans 76
dunia - later 77
saa - orloz 79
wiki - lasemenn 80
mwaka - lane 81
maumbo - form 83
rangi - bann kouler 84
kinyume - opozision 85
nambari - nimero 88
lugha - bann langaz 90
ambao / nini / jinsi - kisana / kiete / kouma 91
wapi - kotsa 92

Impressum
Verlag: BABADADA GmbH, Nedderfeld 112 , 22529 Hamburg
Geschäftsführer / Verlagsleitung: Harald Hof
Druck: Books on Demand GmbH, In de Tarpen 42, 22848 Norderstedt

Imprint
Publisher: BABADADA GmbH, Nedderfeld 112 , 22529 Hamburg, Germany
Managing Director / Publishing direction: Harald Hof
Print: Books on Demand GmbH, In de Tarpen 42, 22848 Norderstedt

shule
lekol

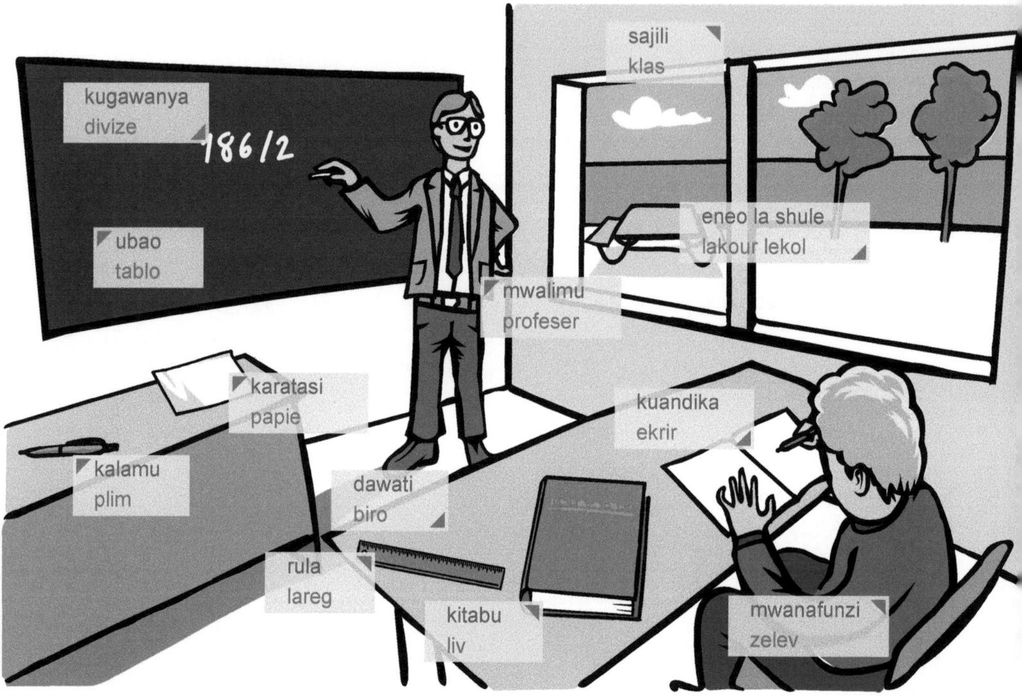

sajili
klas
kugawanya
divize
186/2
ubao
tablo
eneo la shule
lakour lekol
mwalimu
profeser
karatasi
papie
kuandika
ekrir
kalamu
plim
dawati
biro
rula
lareg
kitabu
liv
mwanafunzi
zelev

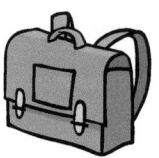

mkoba

sak lekol

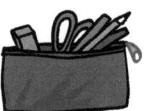

kikasha cha penseli

plimie

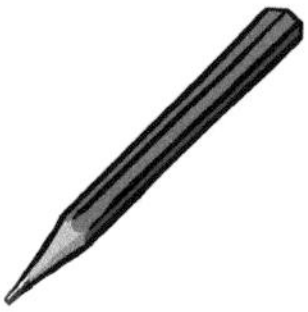

penseli

kreyon

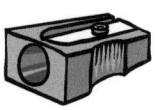

kichonga penseli

egizwar

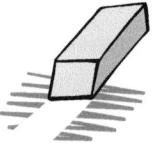

mpira

gom

pedi ya kuchora

kaye desin

uchoraji
desin

brashi ya rangi
pinso

sanduku la rangi
bwat lapintir

mkasi
sizo

gundi
lakol

daftari
kaye devwar

kazi ya nyumbani
devwar

nambari
nimero

jumlisha
azoute

ondoa
retire

zidisha
miltipliye

kokotoa
kalkile

barua
let

alfabeti
alfabet

neno
mo

maandishi
text

kusoma
lir

chaki
lakre

somo
leson

sajili
rezis

uchunguzi
lexame

cheti
sertifika

sare za shule
iniform lekol

elimu
ledikasion

elezo
lansiklopedi

chuo kikuu
liniversite

darubini
mikroskop

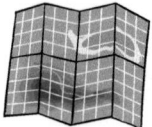

ramani
map

kikapu cha kuweka karatasi chafu
poubel

hoteli
lotel

hosteli
loberz

ofisi ya ubadilishanaji
biro sanz

sanduku
valiz

gari
loto

		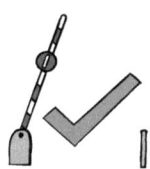
lugha	ndiyo / la	sawa
langaz	wi / non	okay

hujambo	mtafsiri	Asante
Alo	tradikter	Mersi

kiasi gani ni ...?

komie sa..?

Sielewi

Mo pa pe konpran

tatizo

problem

Jioni njema!

Bonswar!

Habari za asubuhi!

Bonzour!

Usiku mwema!

Bonn nwi!

kwa heri

o-revwar

mwelekeo

direksion

mizigo

bagaz

mfuko

sak

shanta

sak-a-do

mgeni

ot

chumba

pies

begi la kulalia

sak kousaz

hema

latant

taarifa ya utalii

lofis tourism

ufuo

laplaz

kadi

kart kredi

kifunguakinywa

ti-dezene

chakula cha mchana

dezene

chakula cha jioni

dine

tiketi

biye

kuinua

lasanser

muhuri

tem

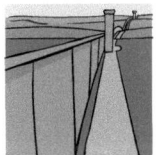

mpaka

frontier

mila

ladwann

ubalozi

lanbasad

visa

viza

pasipoti

paspor

usafiri
transpor

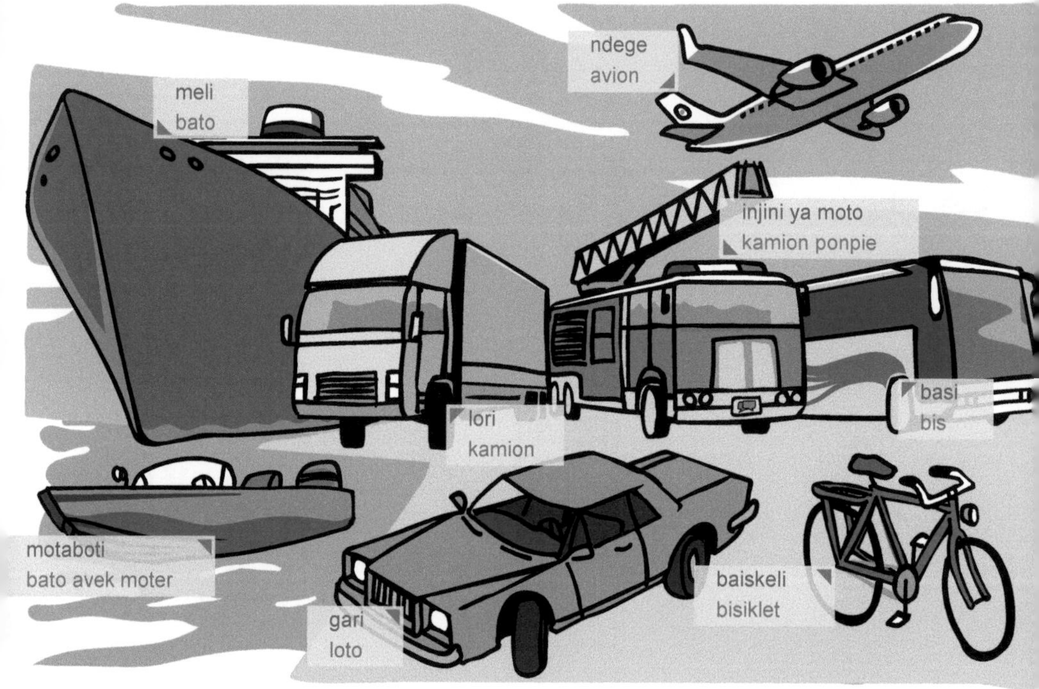

ndege
avion
meli
bato
injini ya moto
kamion ponpie
basi
bis
lori
kamion
motaboti
bato avek moter
baiskeli
bisiklet
gari
loto

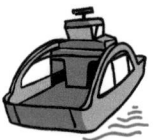

feri

feri

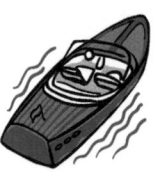

mashua

bato

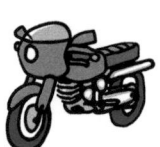

pikipiki

motosiklet

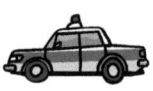

gari la polisi

loto lapolis

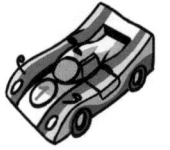

gari la mashindano

loto lekours

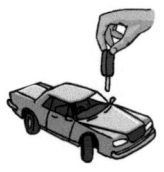

gari la kukodisha

loto lokasion

kushiriki gari

ko-vwatiraz

lori la kuvuta

kamion towing

ukusanyaji taka

kamion salte

motor

moter

mafuta

lesans

kituo cha mafuta

filing

ishara trafiki

pano indikasion

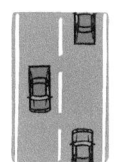

trafiki

trafik

msongamano

anbouteyaz

maegesho

parking

kituo cha treni

stasion trin

reli

ray

garimoshi

trin

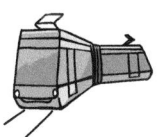

tremu

tram

gari la mizigo

vagon

helikopta

elikopter

uwanja wa ndege

aeropor

mnara

towing

abiria

pasaze

chombo

kontener

katoni

karton

mkokoteni

sario

kikapu

panie

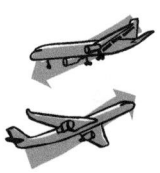

ondoka

dekole / aterir

jiji

lavil

kijiji

vilaz

katikati ya jiji

sant-vil

nyumba

lakaz

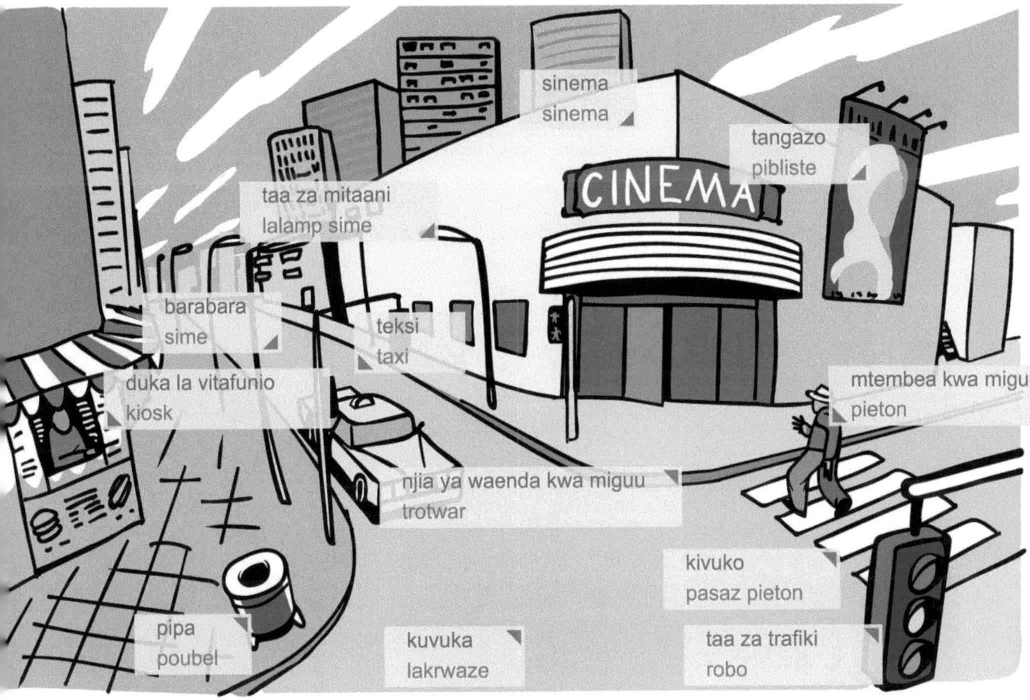

sinema
sinema

tangazo
pibliste

taa za mitaani
lalamp sime

CINEMA

barabara
sime

teksi
taxi

duka la vitafunio
kiosk

mtembea kwa miguu
pieton

njia ya waenda kwa miguu
trotwar

kivuko
pasaz pieton

pipa
poubel

kuvuka
lakrwaze

taa za trafiki
robo

kibanda
kabann

gorofa
flat

kituo cha treni
stasion trin

ukumbi wa mji
minisipalite

Makavazi
mize

shule
lekol

chuo kikuu

liniversite

benki

labank

hospitali

lopital

hoteli

lotel

duka la dawa

farmasi

ofisi

biro

duka la kitabu

libreri

duka

magazin

duka la maua

fleris

dukakuu

sipermarse

soko

bazar

idara ya kuhifadhi

gran magazin

mwuza samaki

pwasonnri

kituo cha ununuzi

sant komersial

bandari

lepor

Hifadhi

park

benki

labank

daraja

pon

vidato

leskalie

chini ya ardhi

metro

handaki

tinel

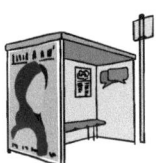

kituo cha mabasi

bistop

bar

bar

mgahawa

restoran

sanduku la posta

bwat-a-let

ishara ya barabara

pano

mita ya maegesho

parkmet

bustani ya wanyama

zoo

kidimbwi cha kuogelea

pisinn

msikiti

moske

shamba
laferm

uchafuzi
polision

makaburini
simitier

kanisa
legliz

uwanja wa michezo
lespas pou zwe

hekalu
tanp

mazingira
peizaz

jani
fey

ishara ya mwelekeo
pano indikasion

njia
sime

malisho
preri

jiwe
ros

mtembeaji wa masafa
randonner

mti
pie

mto
larivier

nyasi
lerb

ua
fler

bonde
lavale

kilima
kolinn

ziwa
lak

msitu
bwa

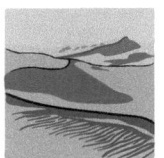

jangwa
dezer

volkano
volkan

ngome
sato

upinde wa mvua
larkansiel

uyoga
sanpinion

mtende
palmie

mbu
moutik

kuruka
mous

chungu
fourmi

nyuki
abey

buibui
zarenie

mende

koksinel

chura

grenouy

kuchakuro

ekirey

nungunungu

erison

sungura

lapin

bundi

ibou

ndege

zwazo

swan

sign

nguruwe mwitu

sangliye

kulungu

serf

aina ya kongoni

elan

bwawa

dam

tabo ya upepo

eolienn

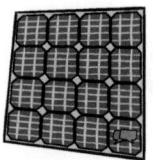

nishaji ya jua

pano soler

hali ya hewa

klima

mgahawa
restoran

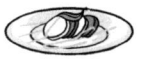

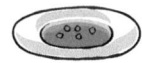

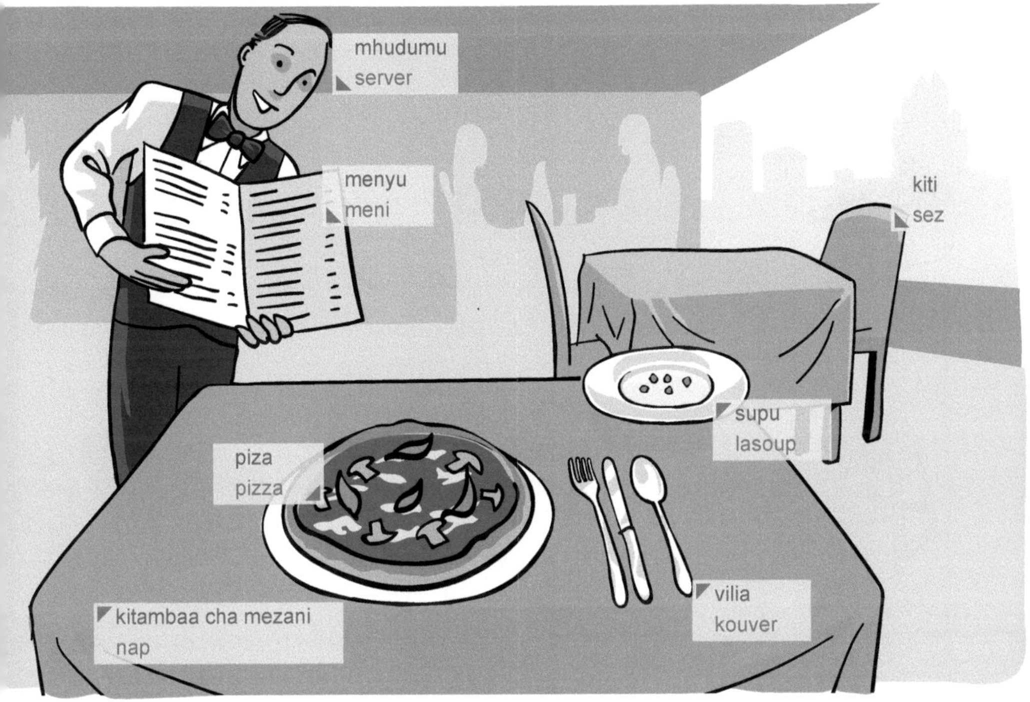

mhudumu
server
menyu
meni
kiti
sez
supu
lasoup
piza
pizza
vilia
kouver
kitambaa cha mezani
nap

kiamsha hamu
lantre

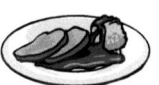

kozi kuu
pla prinsipal

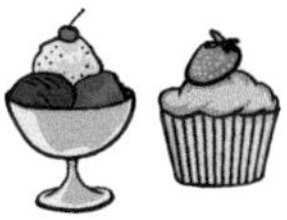

kitindamlo
deser

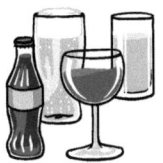

vinywaji
labwason

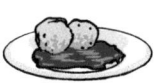

chakula
manze

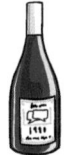

chupa
boutey

chakula cha haraka

fast food

Streetfood

take-away

buli

teyer

kisanduku cha sukari

po disik

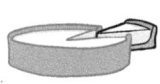

sehemu

porsion

mashine ya espresso

masinn expresso

kiti kirefu

sez-ot

muswada

bill

trei

plato

kisu

kouto

uma

fourset

kijiko

kwiyer

kijiko cha chai

ti-kwiyer

nepi

serviet

glasi

ver

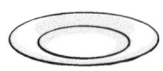

sahani
lasiet

sahani ya supu
lasiet

sufuria
soukoup

mchuzi
lasos

kichanyaji chumvi
po disel

kinu cha pilipili
moulin dipwav

siki
vineg

mafuta
delwil

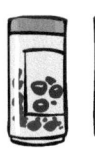

viungo
zepis

kechapu
ketchup

haradali
lamoutard

kachumbari nzito
mayonez

dukakuu

sipermarse

ofa maalum
promosion
FOR
mteja
klian
maziwa
prodwi a baz dile
matunda
frwi
toroli
trole

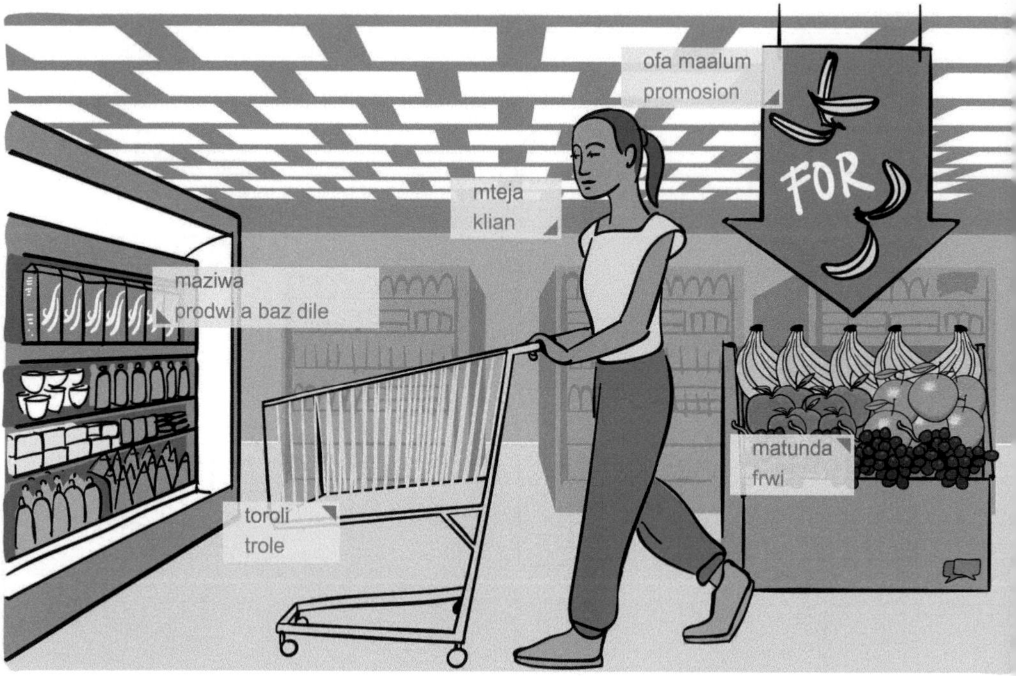

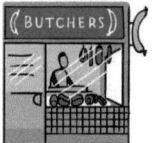

BUTCHERS

mchinjaji
bousri

BAKERY

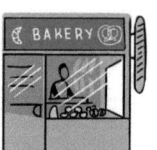

mwokaji
boulanzri

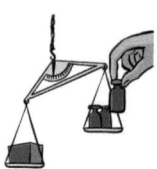

uzito
peze

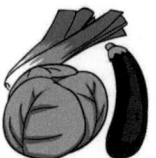

mboga
legim

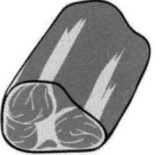

nyama
laviann

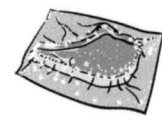

chakula waliohifadhiwa
aliman konzele

vipande vya nyama baridi

sarkitri

chakula cha kopo

bwat konserv

sabuni ya unga

lapoud masinn

pipi

bonbon

bidhaa za kaya

komision

bidhaa za kusafisha

deterzan

mtu mauzo

vandez

mpaka

lakes

keshia

kesie

orodha ya manunuzi

lalis komision

masaa ya ufunguzi

ouvertir

mkoba

portfey

kadi

kart kredi

mfuko

sak

mfuko wa plastiki

sak plastik

maji

delo

sharubati

zi

maziwa

dile

coke

coca

mvinyo

divin

bia

labier

pombe

lalkol

kakao

sokola so

chai

dite

kahawa

kafe

spreso

expresso

kapuchino

cappuccino

ndizi

banann

tufaha

pom

machungwa

zoranz

tikiti

melon

lemon

sitron

karoti

karot

kitunguu saumu

lay

mianzi

banbou

kitunguu

zwayon

uyoga

sanpiyon

karanga

nwazet

nudo

minn

spageti

spageti

mpunga

diri

saladi

salad

vibanzi

chips

viazi vya kukaanga

pomdeter frir

piza

pizza

hambaga

burger

sandwichi

sandwich

kipande

eskalop

paja la mnyama

zanbon

salami

salami

soseji

sosis

kuku

poul

choma

roti

samaki

pwason

oats ya uji
oatmeal

muesli
muesli

cornflakes
kornbif

unga
lafarinn

kroisanti
krwasan

andazi
ti-dipin

mkate
dipin

mkate wa kubanika
dipin griye

biskuti
biskwi

siagi
diber

maziwa mgando
fromaz blan

keki
gato

yai
dizef

yai kukaanga
dizef frir

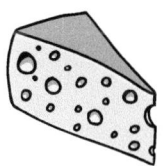

jibini
fromaz

aiskrimu

sorbe

sukari

disik

asali

dimiel

jemu

konfitir

kuenea kwa chokoleti

nouga

mchuzi wa viungo

kari

shamba
laferm

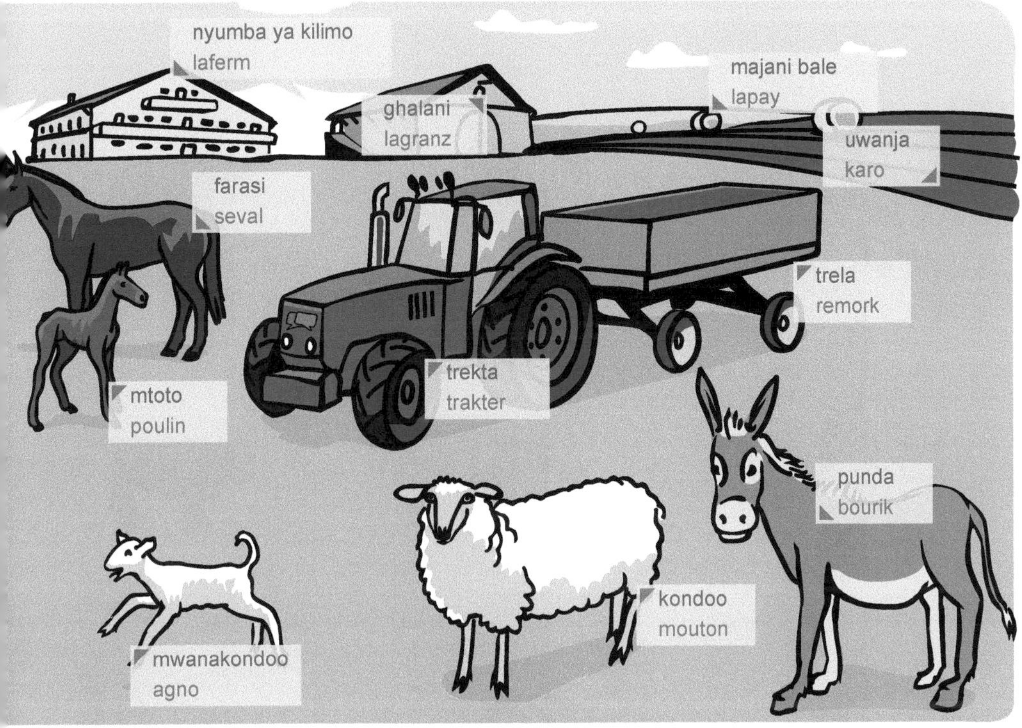
nyumba ya kilimo
laferm
ghalani
lagranz
majani bale
lapay
uwanja
karo
farasi
seval
trela
remork
trekta
trakter
mtoto
poulin
punda
bourik
kondoo
mouton
mwanakondoo
agno

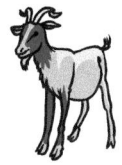

mbuzi

kabri

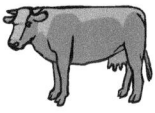

ng'ombe

vas

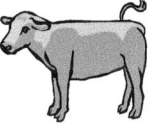

ndama

vo

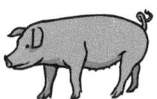

nguruwe

koson

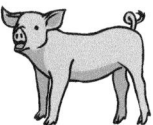

mwananguruwe

ti-koson

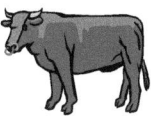

fahali

toro

batabukini

lezwa

bata

kanar

kifaranga

pousin

kuku

poul

jogoo

kok

panya

lera

paka

sat

panya

souri

ng'ombe

bef

mbwa

lisien

nyumba ya mbwa

lakaz lisien

bomba la bustani

tiyo

debe la kumwagilia maji

arozwar

fyekeo

laserp

kulima

saret

mundu

fosi

jembe

pios

uma wa nyasi

fours

shoka

lars

toroli

bouret

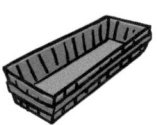

kupitia nyimbo

kiv

chombo cha maziwa

bwat dile

gunia

sak

ua

fencing

imara

letab

chafu

laser

udongo

later

mbegu

lagrin

mbolea

langre

kivunaji

masinn pou fer rekolt

mavuno

rekolte

mavuno

rekolt

viazi vikuu

ignam

ngano

dible

soya

soya

viazi

pomdeter

mahindi

may

rapa

colza

mti wa matunda

zarb frwitie

muhogo

maniok

nafaka

sereal

nyumba
lakaz

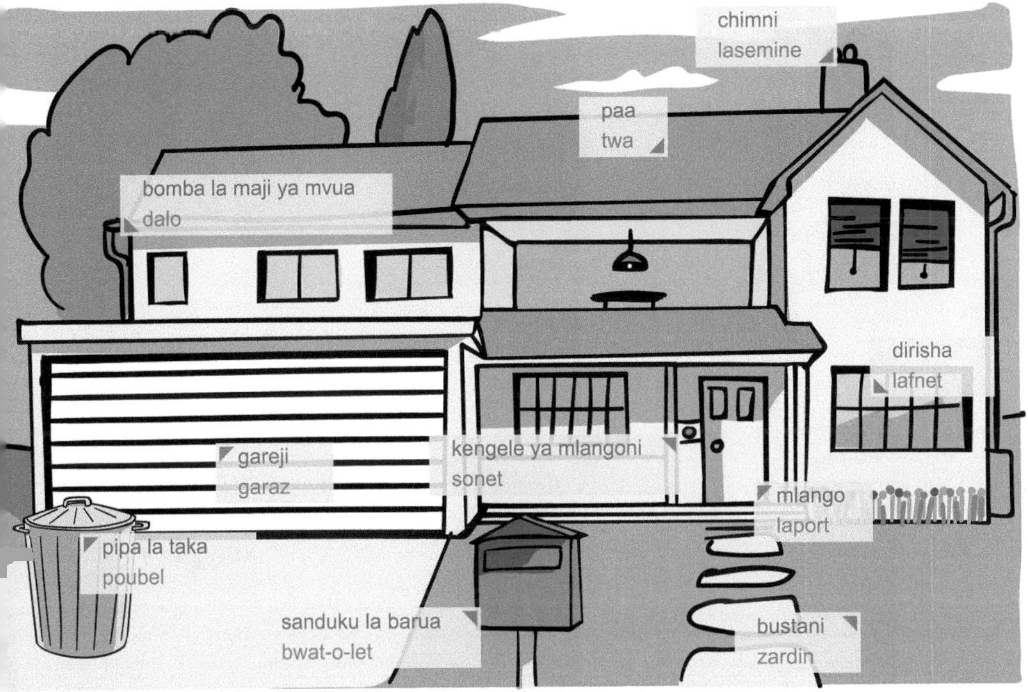

chimni
lasemine
paa
twa
bomba la maji ya mvua
dalo
dirisha
lafnet
gareji
garaz
kengele ya mlangoni
sonet
mlango
laport
pipa la taka
poubel
sanduku la barua
bwat-o-let
bustani
zardin

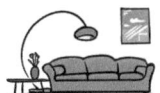

sebuleni
salon

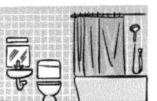

bafu
saldebin

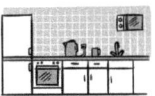

jikoni
lakwizinn

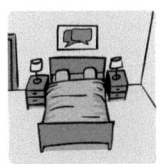

chumba cha kulala
lasam

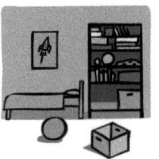

chumba ya mtoto
lasam zanfan

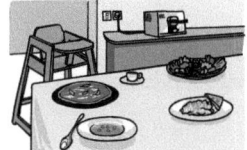

chumba cha kulia
salamanze

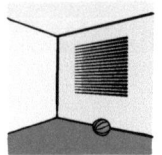

sakafu
....
sali

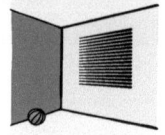

ukuta
....
miray

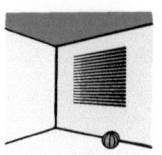

dari
....
plafon

pishi
....
lakav

sauna
....
sona

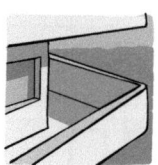

roshani
....
balkon

mtaro
....
teras

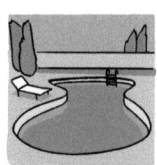

kidimbwi
....
pisinn

mashine ya kukata nyasi
....
masinn koup gazon

karatasi
....
dra

kitambaa cha kupamba
kitanda
....
kwet

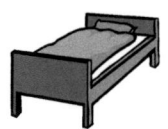

kitanda
....
lili

ufagio
....
balie

ndoo
....
seo

kubadili
....
take lalimier

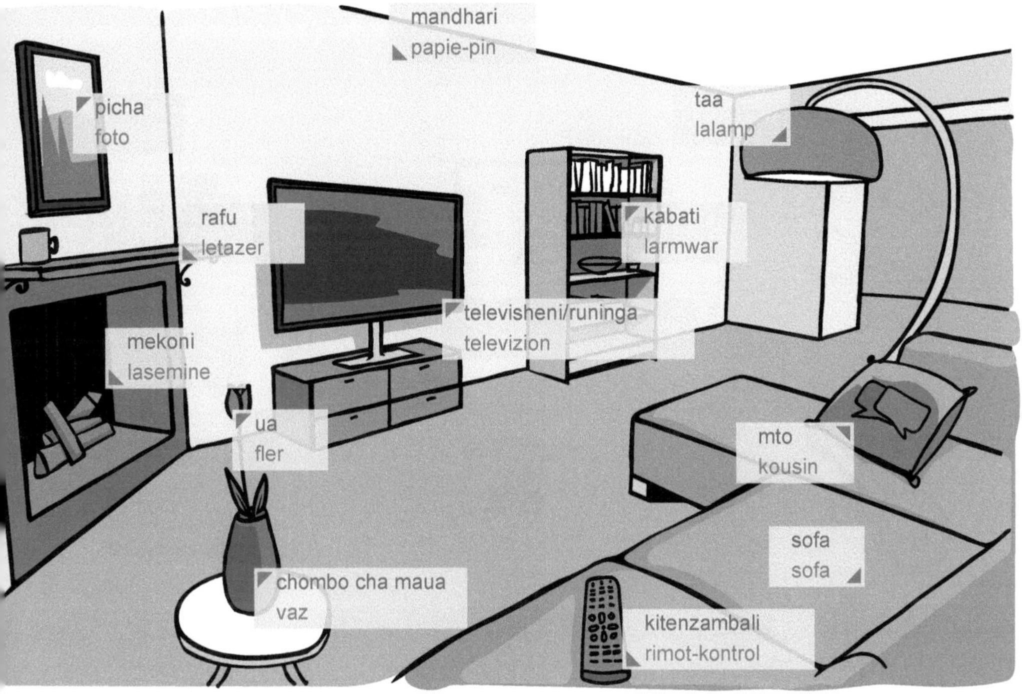

mandhari
papie-pin

picha
foto

taa
lalamp

rafu
letazer

kabati
larmwar

televisheni/runinga
televizion

mekoni
lasemine

ua
fler

mto
kousin

chombo cha maua
vaz

sofa
sofa

kitenzambali
rimot-kontrol

zulia	pazia	meza
tapi	rido	latab

kiti	kiti cha bembea	armchair
sez	rocking chair	fotey

kitabu

liv

blanketi

kouvertir

mapambo

dekorasion

kuni

dibwa foye

filamu

fim

kifaa cha hi-fi

hi-fi

ufunguo

lakle

gazeti

zournal

uchoraji

lapintir

bango

poster

redio

radio

daftari

bloknot

kifyonza

laspirater

dungusi kakati

kaktis

mshumaa

labouzi

jikoni
lakwizinn

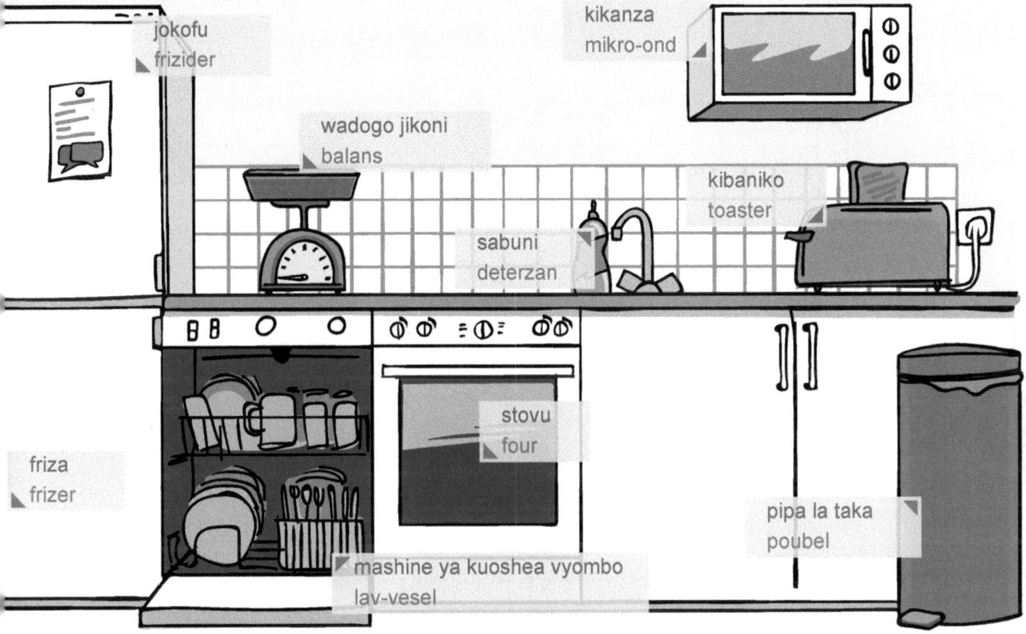

jokofu
frizider
kikanza
mikro-ond
wadogo jikoni
balans
kibaniko
toaster
sabuni
deterzan
stovu
four
friza
frizer
pipa la taka
poubel
mashine ya kuoshea vyombo
lav-vesel

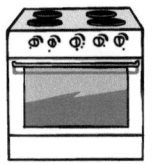

jiko la kupika

four

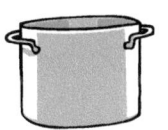

chungu

kasrol

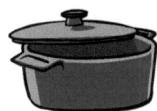

sufuria ya chuma

marmit

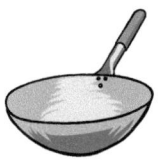

wok / kadai

wok

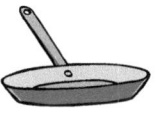

kaango

pwal

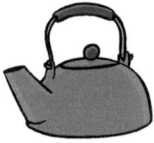

birika

boulwar

stima

steamer

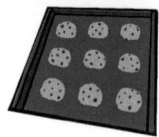

sinia ya kuoka

plak kwison

vyombo vya udongo

vesel

kombe

goble

bakuli

bol

vijiti vya kulia

baget sinwa

ukawa

lous

mwiko mpana

spatil

burashi

fwet

kichujio

paswar

chujio

tami

mbuzi

larap

chokaa

mortie

barbeque

griyad

moto wazi

lasemine

ubao wa majaribio

biyo

kijiti cha kusukuma unga

roulo

kizibuo

tirbouson

kopo

bwat konserv

inaweza kopo

ouvbwat

kishikio cha chungu

legan proteksion

karo

lavabo

brashi

bros

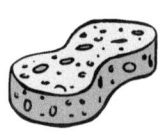

sifongo

leponz

kisagaji matunda

blender

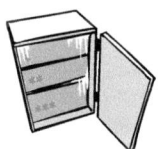

friji ya kina

konzelater

chupa ya mtoto

bibron

bomba

robine

bafu

saldebin

joto
sofaz
mfereji wa kuogea
dous
taulo
serviet
pazia la kuogea
rido dous
maji ya kuoga yenye povu
bin mousan
hodhi
benwar
glasi
ver
mashine ya kuosha
masinn lave
bomba
robine
vigae
karo
poti
potsam
karo
lavabo

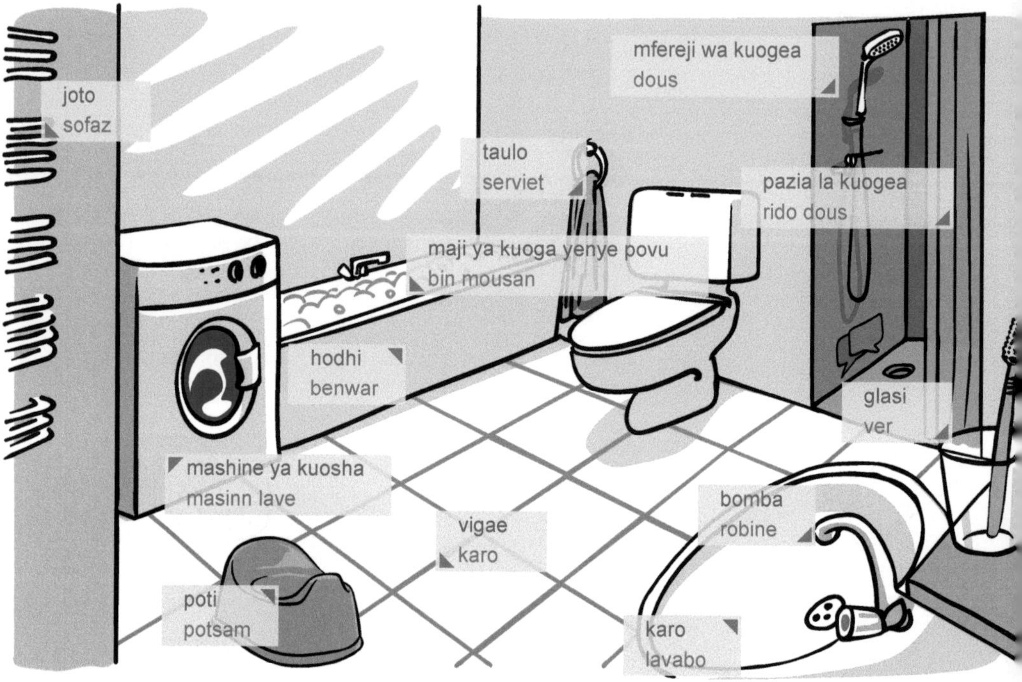

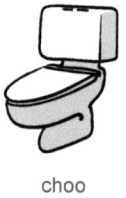

choo

twalet

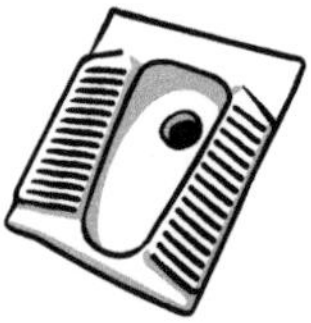

choo cha squat

twalet

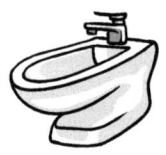

beseni la mviringo

bide

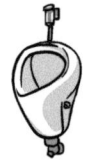

choo cha umma

piswar

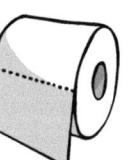

shashi

papie twalet

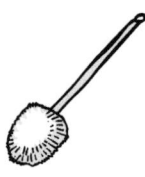

brashi ya choo

bros twalet

mswaki

bros ledan

dawa ya meno

dantifris

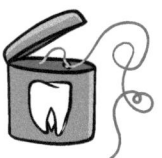

dawa ya meno

fil danter

safisha

lave

kuoga mkono

ti-bin

msukumo wa maji

dous

bonde

basin

mpako wa pili

bros ledo

sabuni

savon

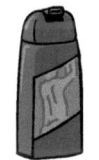

jeli ya kuogea

zel dous

shampuu

sanpwin

flana

gandebin

toa maji

drin

krimu

lakrem

kiondoa harufu

deodoran

kioo

mirwar

kioo mkono

mirwar

kinyozi

razwar

povu la kunyoa

lamous pou raze

baada ya kunyoa

apre-razaz

kichana

pengn

brashi

bros

kikausha nywele

seswar

marashi ya nyewele

lak

vipodozi

makiyaz

kidomwa

dirouz

varnish ya msumari

verni

pamba

cotton wool

mkasi wa kucha

tay-zong

manukato

parfin

mkoba wa kuosha

trous twalet

kinyesi

stoul

mizani

balans

nguo ya kuoga

penwar

glavu za mpira

legan netwayaz

kisodo

tanpon

sodo

serviet izienik

kemikali choo

twalet simik

chumba ya mtoto

lasam zanfan

saa ya kengele
revey
kidoli cha kupakata
doudou
gari bandia
ti loto
kelele
ose
chumba cha midoli
lakaz zouzou
sasa
kado

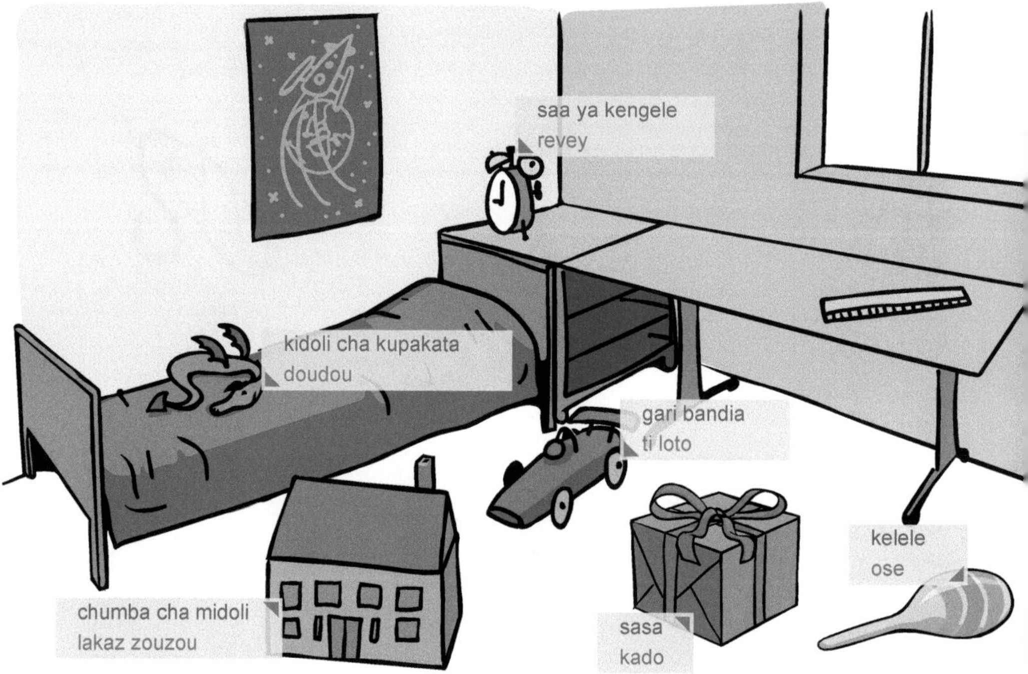

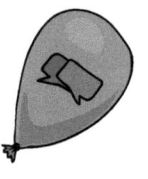

baluni
balon

kitanda
lili

mashua
pouset

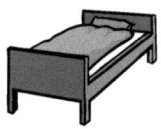

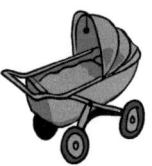

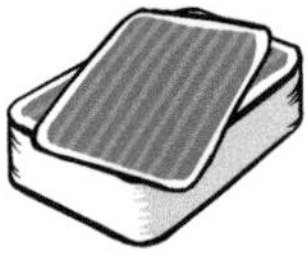

staha ya kadi
kart

mchezo-fumb
puzzle

SUPER MEGA

vichekesho
tikomik

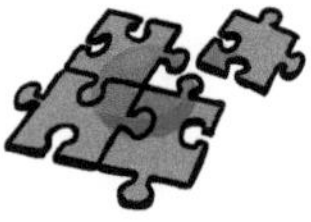

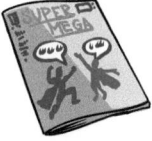

matofali lego

lego

vitalu mwigo

lego

hatua takwimu

figirinn

suti ya kulalia

grenouyer

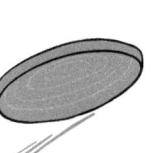

kisahani

frisbee

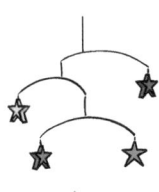

simu

mobil

ubao wa michezo

zwe

kete

lede

garimoshi mwigo

trin zouzou

dummy

siset

chama

fet

picha kitabu

liv ek zimaz

mpira

boul

kikaragosi

poupet

kucheza

zwe

shimo la mchanga

bak-a-sab

bembea

balanswar

vitu bandia

zouzou

kiweko cha video ya
mchezo

game

baiskeli ya magurudumu

trisik

matatu

mwanasesere

nounours

kabati

larmwar

soksi

soset

stokingi

leba

kibano

kolan

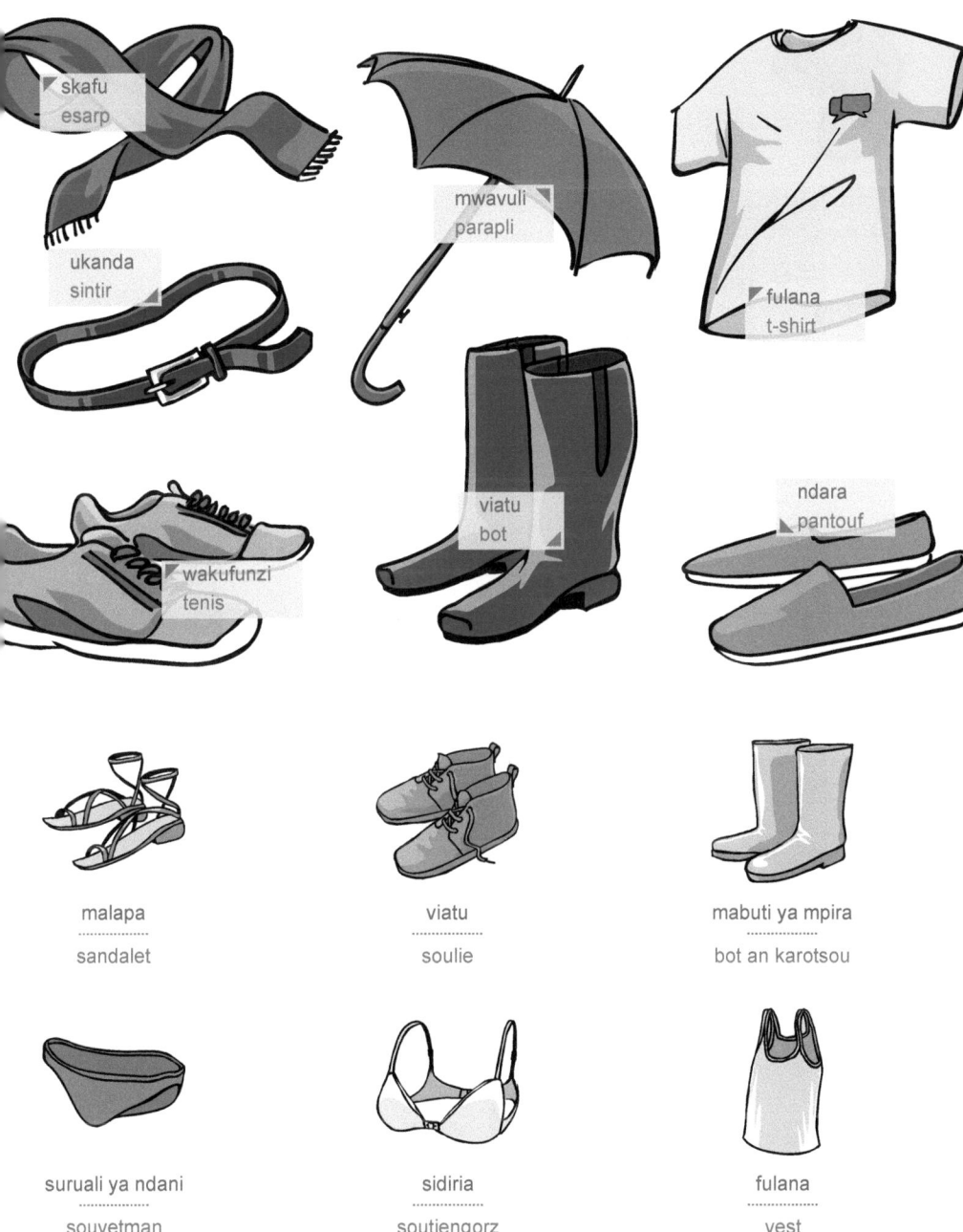

skafu
esarp

mwavuli
parapli

ukanda
sintir

fulana
t-shirt

viatu
bot

ndara
pantouf

wakufunzi
tenis

malapa
sandalet

viatu
soulie

mabuti ya mpira
bot an karotsou

suruali ya ndani
souvetman

sidiria
soutiengorz

fulana
vest

mwili

body

suruali

pantalon

dangirizi

jeans

sketi

zip

blauzi

blouz

shati

simiz

vuta

pull-over

sweta

blouzon ek kapison

bleza

vest

jaketi

jaket

koti

manto

koti la mvua

pardesi

maleba

kostim

gauni

rob

mavazi ya harusi

rob lamarye

suti
kostim

vazi la usiku
robdesam

pajama
pizama

sari
sari

skafu
foular

kilemba
tirban

burka
bourka

kaftan
kaftan

abaya
abaya

vazi la kuogelea
mayo de bin

vazi la kiume la kuogelea
mayo de bin

kaptura
sorti de sekour

teitei
linz spor

aproni
tabliye

glavu
legan

kifungo

bouton

glasi

linet

bangili

brasle

mkufu

kolie

pete

bag

herini

zanon

kofia

bone

kiango cha koti

sint

kofia

sapo

tai

kravat

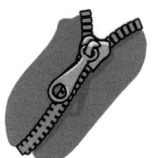

zipu

fermetirekler

kofia

elmet

kanda za suruali

bretel

sare za shule

iniform lekol

sare

iniform

bibu
bavwar

dummy
siset

nepi
lanz

seva
server

kabati la kuweka faili
larmwar arsiv

kichapishaji
printer

kiwambo
lekran

karatasi
papie

dawati
biro

kipanya
mouse

folda
klaser

kibodi
klavie

...u cha kuweka karatasi chafu
...el

kiti
sez

kompyuta
ordinater

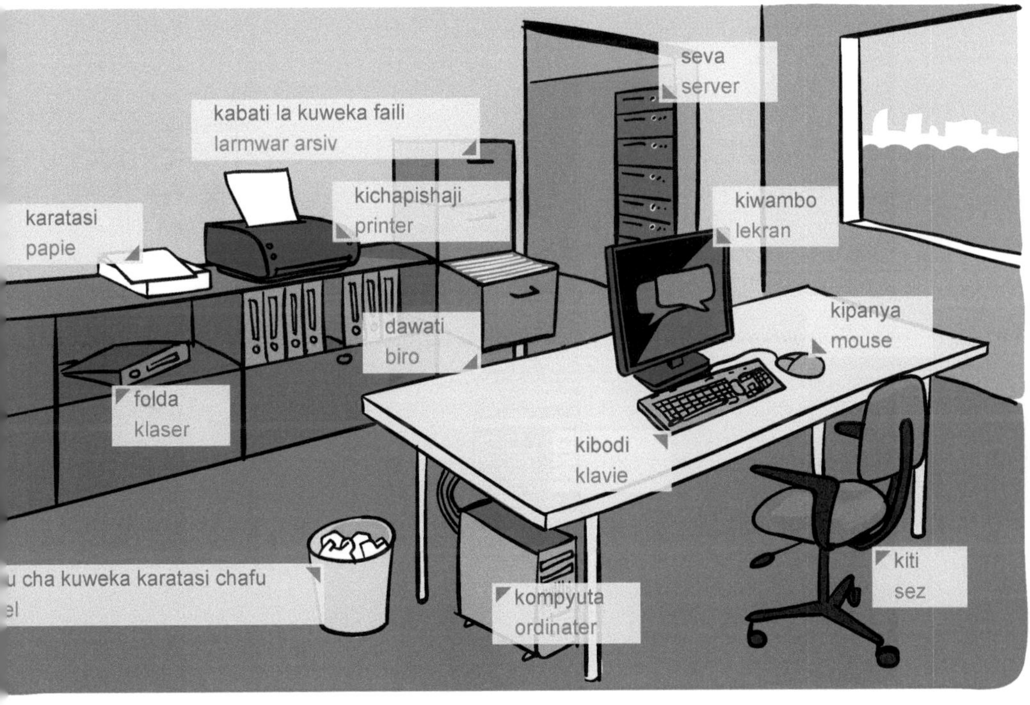

kmobe la kahawa
mug

kikokotoo
kalkilatris

biashara
internet

ofisi - biro

49

mbali

laptop

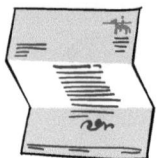

barua

let

ujumbe

mesaz

rununu

portab

intaneti

rezo

fotokopia

fotokopi

programu

lozisiel

simu

telefonn

soketi

priz

kipepesi

fax

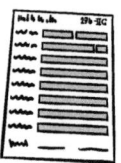

fomu

form

hati

dokiman

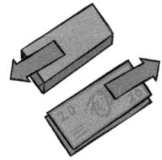

kununua

aste

kulipa

peye

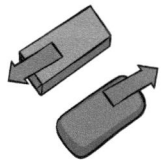

biashara

fer biznes

fedha

larzan

dola

dolar

yuro

euro

yeni

yen

rouble

rouble

faranga ya Uswisi

fran swis

renminbi yuan

renminbi yuan

rupia

roupi

eneo la kulipia

distribiter biye

ofisi ya ubadilishanaji

biro sanz

dhahabu

lor

fedha

larzan

mafuta

petrol

nishati

lenerzi

bei

pri

mkataba

kontra

kodi

tax

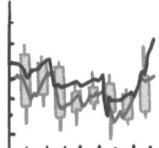

bidhaa

aksion

kazi

travay

mfanyakazi

anplwaye

mwajiri

anplwayer

kiwanda

lizinn

duka

magazin

afisa wa polisi
polisie

mzimamoto
ponpie

mpishi
kwizinie

daktari
dokter

rubani
pilot

mtunza bustani
zardinie

seremala
sarpantie

mshonaji
koutirier

hakimu
ziz

mwanakemia
simis

muigizaji
akter

dereva wa basi

sofer bis

dereva wa teksi

sofer taxi

mvuvi

peser

mwanamke wa kusafisha

bonn

mwezekaji

zouvriye twa lakaz

mhudumu

server

mwindaji

saser

mchoraji

pint

mwokaji

boulanze

umeme

elektrisien

mjenzi

zouvriye

mhandisi

inzenier

mchinjaji

bouse

fundi bomba

plonbie

mwanaposta

fakter

mwanajeshi

solda

msanifu majengo

arsitek

keshia

kesie

muuza maua

fleris

msusi

kwafez

kondakta

chek

mekanika

mekanisien

nahodha

kapitenn

daktari wa meno

dantis

mwanasayansi

siantis

rabbi

rabi

imamu

imam

mtawa

mwann

kasisi

pret

zana
zouti

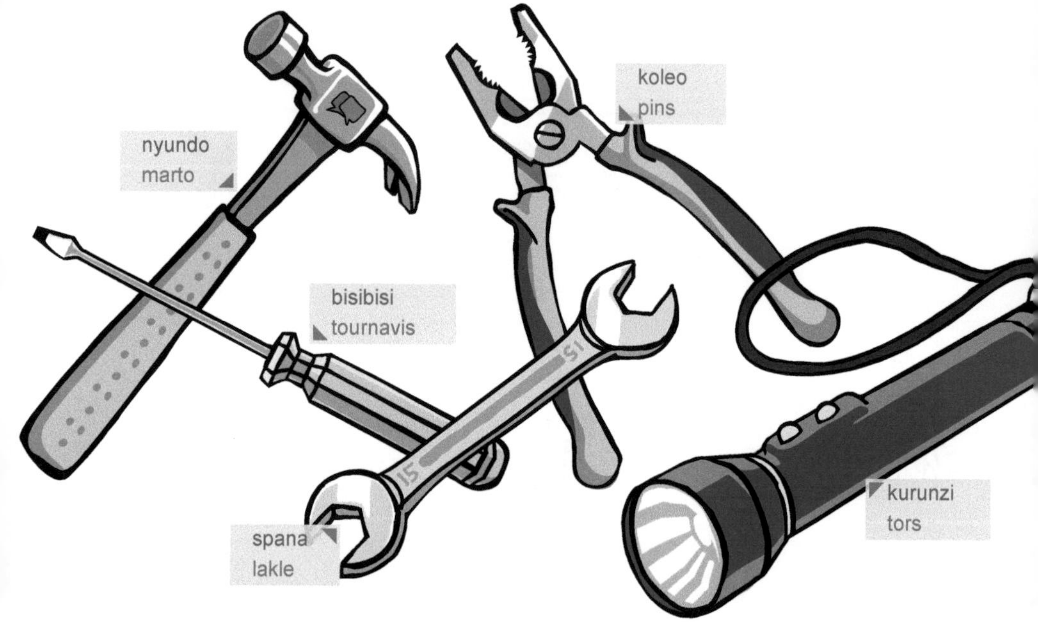
nyundo
marto
koleo
pins
bisibisi
tournavis
spana
lakle
kurunzi
tors

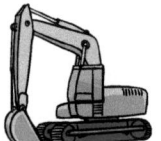

mchimbaji

peltez

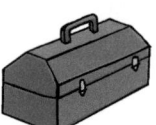

sanduku la vifaa

bwat zouti

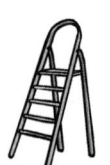

ngazi

lesel

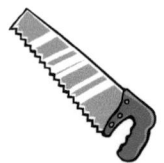

msumeno

lasi

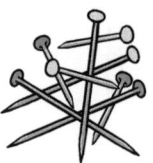

misumari

koulou

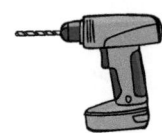

kuchimba visima

persez

kukarabati
....
aranze

sepetu
....
lapel

Lo!
....
Ayo!

kishikio cha uchafu
....
lapel

chungu cha rangi
....
po lapintir

skurubu
....
vis

ala za muziki
instriman lamizik

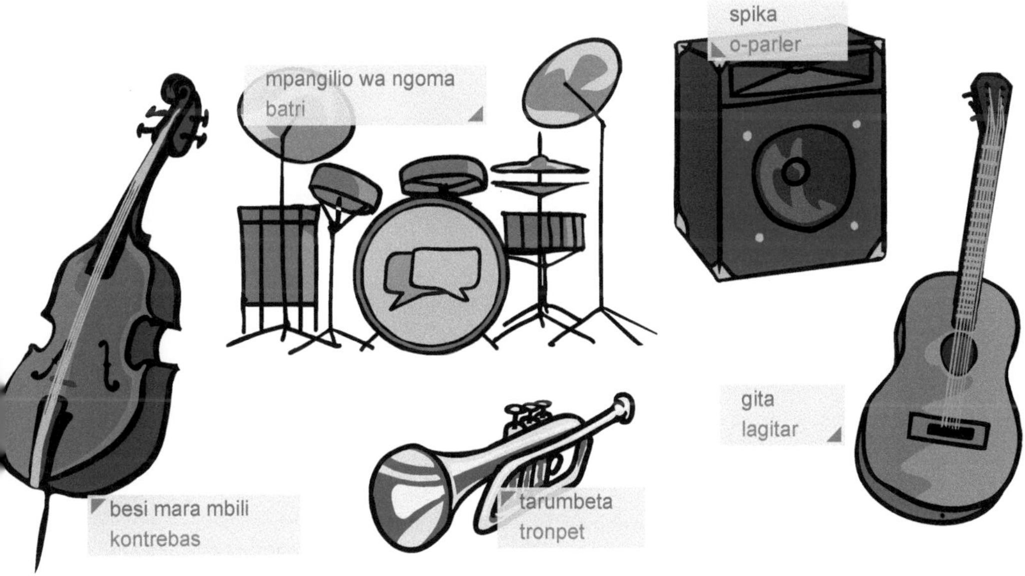

mpangilio wa ngoma
batri

spika
o-parler

besi mara mbili
kontrebas

tarumbeta
tronpet

gita
lagitar

piano
piano

fidla
violon

ubeji
bas

timpani
tinbal

ngoma
tanbour

kibodi
klavie

saksafoni
saxofonn

filimbi
laflit

maikrofoni
mikro

bustani ya wanyama

zoo

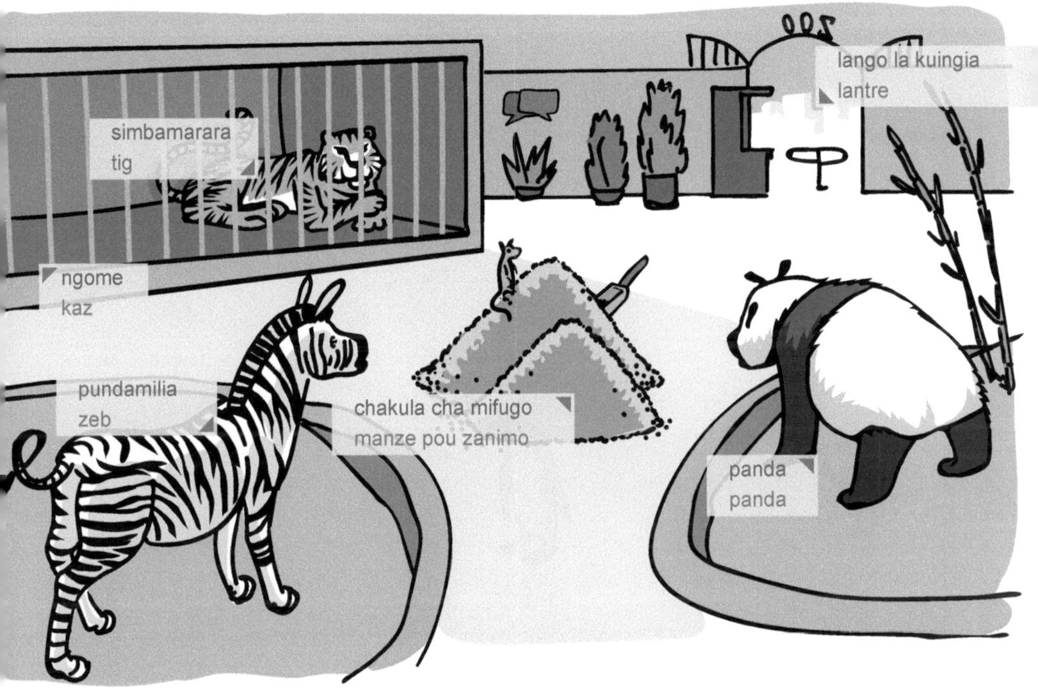
zoo
lango la kuingia
lantre
simbamarara
tig
ngome
kaz
pundamilia
zeb
chakula cha mifugo
manze pou zanimo
panda
panda

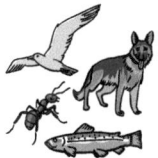

wanyama

zanimo

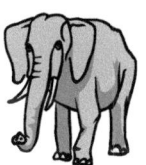

tembo

lelefan

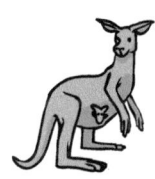

kangaruu

kangourou

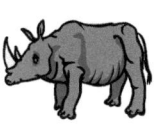

kifaru

rinoceros

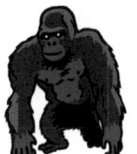

sokwe

gori

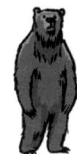

dubu

lours

ngamia
samo

mbuni
lotris

simba
lion

tumbili
zako

heroe
flaman roz

kasuku
peroke

dubu
lours poler

penguini
pingwi

papa
rekin

tausi
pan

nyoka
serpan

mamba
krokodil

mtunza wanyama
gardien zoo

muhuri
fok

jaguar
zagwar

mwanafarasi

poney

chui

leopar

kiboko

ipopotam

twiga

ziraf

tai

leg

nguruwe mwitu

sangliye

samaki

pwason

kobe

torti

sili

mors

mbweha

renar

paa

gazel

soka ya marekani
foutborl ameriken

uendeshaji baiskeli
siklism

tenisi
tenis

mpira wa kikapu
basketball

kuogelea
natasion

ndondi
labox

magongo ya barafuni
oke lor gazon

soka
foutborl

vinyoya
badminton

riadha
atletism

mpira wa mikono
handball

skii
ski

polo
polo

shughuli
aktivite

cheka
riye
kuruka
sote
kumbatia
maye
kutembea
marse
kuimba
sante
ota ndoto
reve
kuomba
priye
busu
anbrase

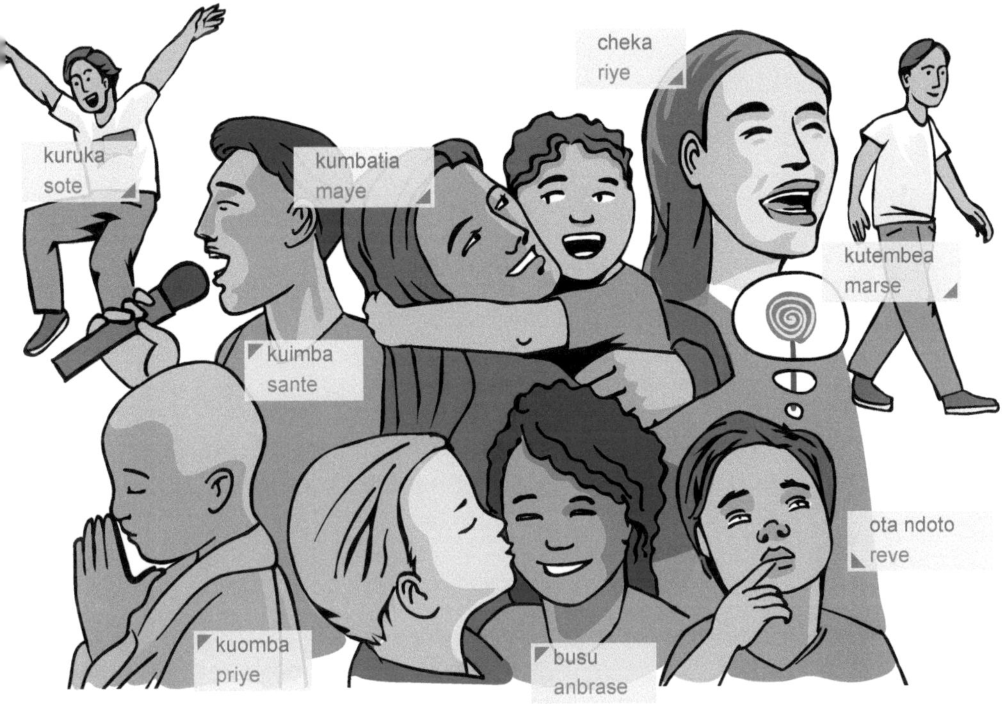

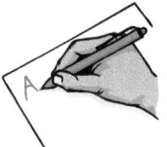

kuandika
ekrir

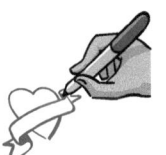

kuteka
desine

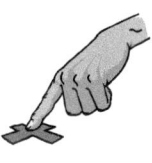

angalia
montre

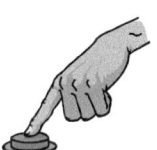

sukuma
pouse

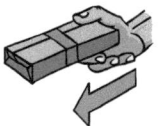

kutoa
done

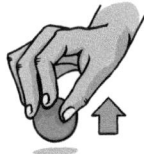

kuchukua
pran

kuwa
ena

fanya
fer

kuwa
ete

kusimama
diboute

kukimbia
galoupe

vuta
rise

kutupa
zete

kuanguka
tonbe

hadaa
alonze

kusubiri
atann

kubeba
amene

kukaa
asize

vaa nguo
abiye

usingizi
dormi

kuamka
leve

kuangalia
gete

lia
plore

kiharusi
karese

chana nywele
pengne

ongea
koze

kuelewa
konpran

kuuliza
dimande

kusikiliza
ekoute

kunywa
bwar

kula
manze

nadhifisha
netwaye

upendo
kontan

mpishi
kwi

gari
kondir

kuruka
anvole

meli

fer lavwal

kokotoa

kalkile

kusoma

lir

kujifunza

aprann

kazi

travay

kuoa

marye

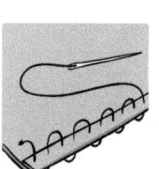

kushona

koud

piga mswaki

bros ledan

kuua

touye

moshi

fime

kutuma

avoye

shughuli - aktivite

bibi
granmer

babu
granper

baba
papa

mama
mama

mtoto
ti-baba

binti
tifi

bin
garson

mgeni

ot

shangazi

matant

mjomba

tonton

kaka

frer

dada

ser

mwili
lekor

paji la uso
fron
jicho
lizie
uso
figir
kidevu
manton
kidole
ledwa
mkono
lame
matiti
tete
mkono
lebra
bega
zepol
mguu
lazam

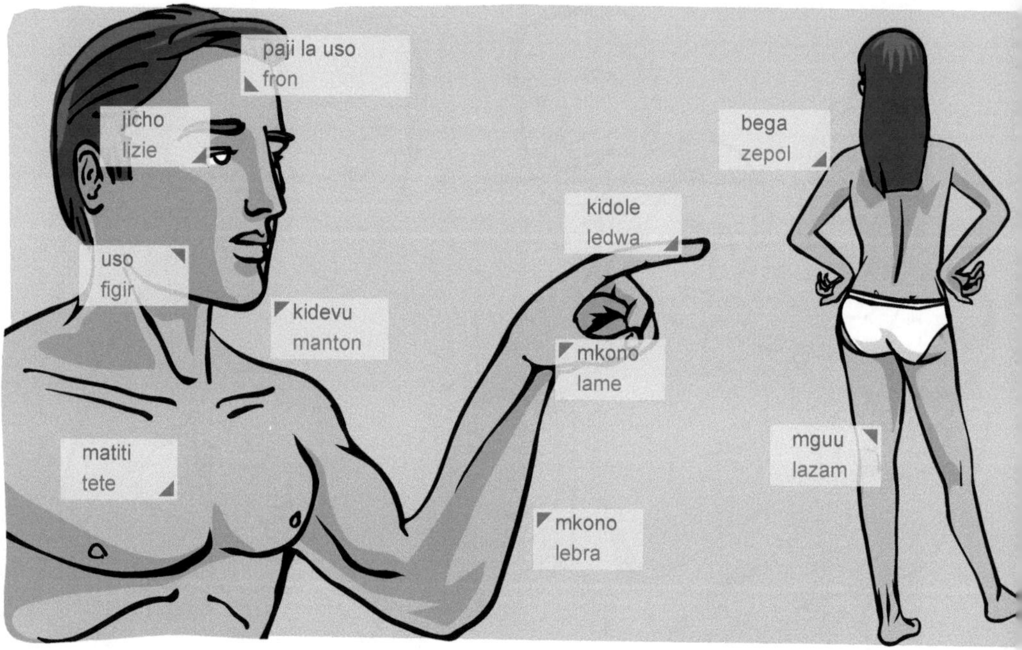

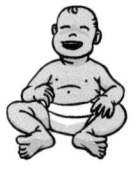

mtoto
ti-baba

mwanamume
zom

mwanamke
fam

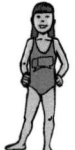

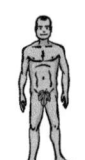

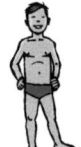

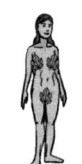

msichana
tifi

mvulana
ti-garson

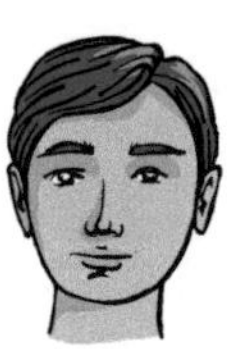

kichwa
latet

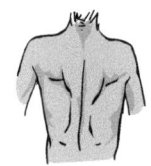

nyuma
ledo

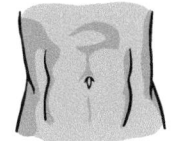

tumbo
vant

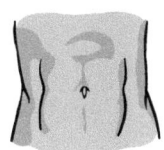

kitovu
lonbri

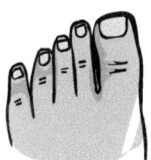

chano
zortey

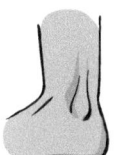

kisigino
talon

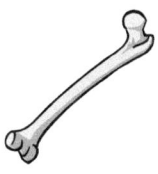

mfupa
lezo

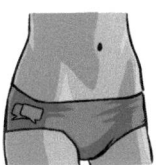

nyonga
laans

goti
zenou

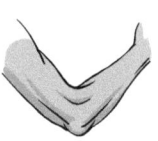

kiwiko
koud

pua
nene

chini
fes

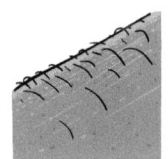

ngozi
lapo

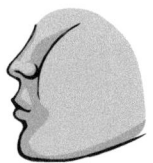

shavu
lazou

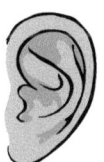

sikio
zorey

mdomo
lalev

kinywa

labous

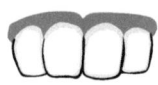

jino

ledan

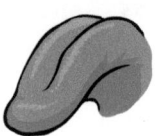

ulimi

lalang

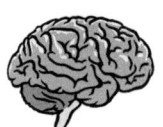

ubongo

servo

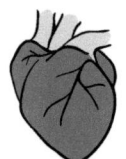

moyo

leker

misuli

mix

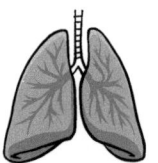

pafu

poumon

ini

lefwa

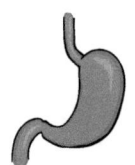

tumbo

lestoma

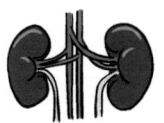

figo

lerin

jinsia

sex

kondomu

kapot

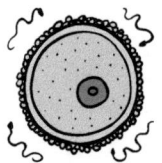

ovari

ovil

shahawa

sperm

mimba

groses

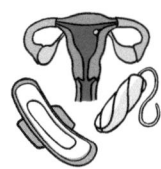

hedhi

period

uke

vazin

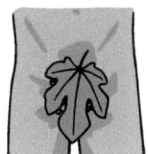

uume

penis

unyusi

soursi

nywele

seve

shingo

likou

hospitali
lopital

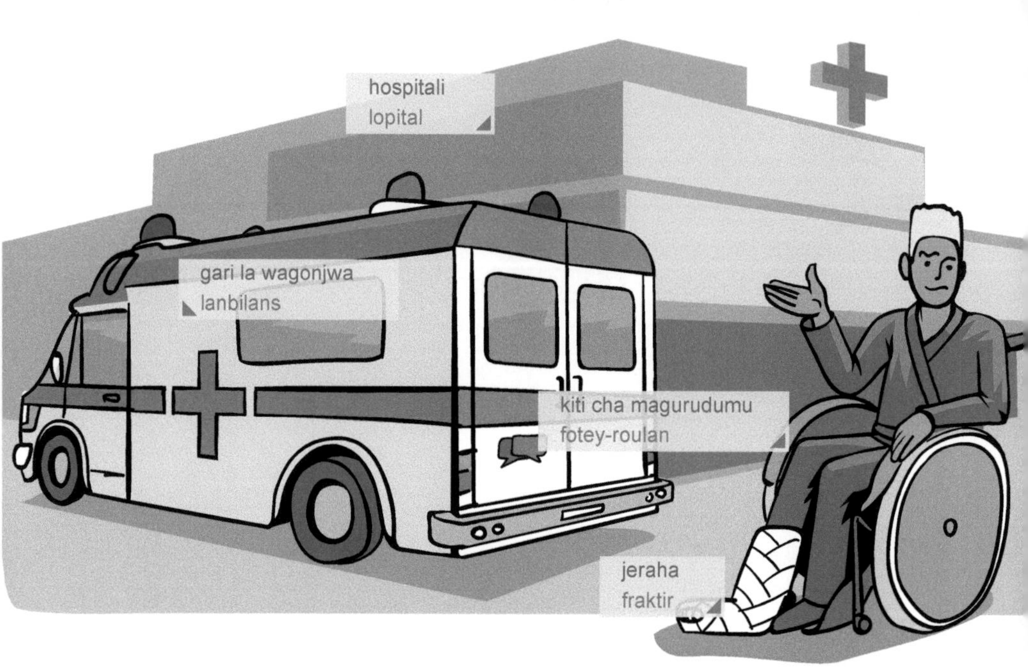

hospitali
lopital
gari la wagonjwa
lanbilans
kiti cha magurudumu
fotey-roulan
jeraha
fraktir

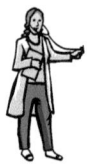

daktari
dokter

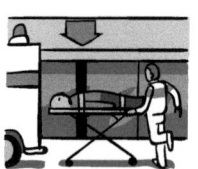

chumba cha dharura
servis irzans

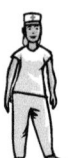

muuguzi
ners

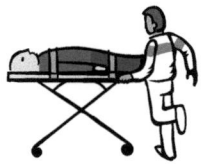

dharura
irzans

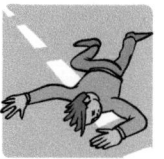

kupoteza fahamu
inkonsian

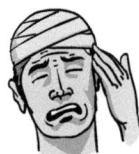

maumivu
douler

kuumia

blesir

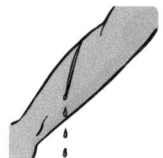

kutokwa na damu

emorazi

mshtuko wa moyo

kriz kardiak

kiharusi

atak serebral

mzio

alerzik

kikohozi

touse

homa

lafiev

mafua

lagrip

kuharisha

diare

maumivu ya kichwa

malad latet

kansa

kanser

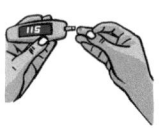

ugonjwa wa kisukari

diabet

daktari mpasuaji

sirirzien

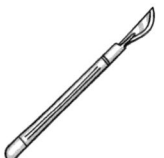

kisu kidogo cha kupasulia

skalpel

operesheni

operasion

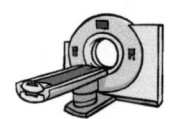

picha changanufu ya mwili

CT

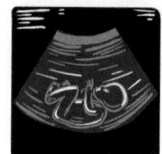

Eksrei

x-ray

mawimbi sauti

iltrason

barakoa ya uso

mask

ugonjwa

maladi

chumba cha kusubiri

sal-datant

mkongojo

beki

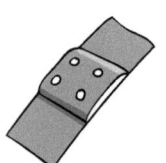

plasta

pansman

bendeji

bandaz

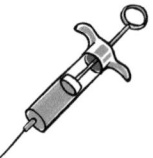

sindano

inzeksion

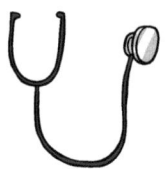

stetoskopu

stetoskop

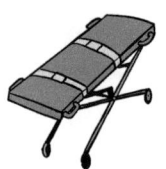

machela

brankar

kipimajoto cha kliniki

termomet

kuzaliwa

nesans

unene kupita kiasi

sirpwa

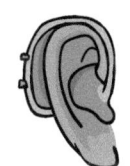

kusikia misaada

laparey oditif

kipukusi

dezinfektan

maambukizi

infeksion

virusi

viris

VVU / UKIMWI

HIV / SIDA

dawa

medsinn

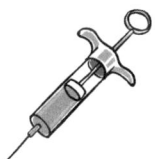

chanjo

vaksinasion

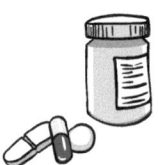

vidonge

konprime

kidonge

pilil kontraseptif

simu ya dharura

korl irzans

haemodainamometa

laparey tansion

mgonjwa / mwenye afya

malad / bien

Msaada!

o-sekour

kengele

alarm

pigo

atak

shambulizi

atak

hatari

danze

lango la dharura

sorti de sekour

Moto!

Dife!

kizima moto

laponp dife

ajali

aksidan

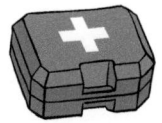

vifaa vya huduma ya kwanza

kit first aid

wito wa msaada

SOS

polisi

lapolis

Ulaya

Ierop

Amerika ya Kaskazini

Lamerik di nor

Amerika ya Kusini

Lamerik di sid

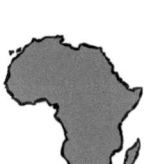

Afrika

Iafrik

Asia

Iazi

Australia

Iostrali

Atlantiki

Iatlantik

Pasifiki

pasifik

Bahari ya Hindi

Iosean indien

Bahari ya Antaktiki

Iosean antartik

Bahari ya Aktiki

Iosean artik

Ncha ya Kaskazini

Pol Nor

Ncha ya Kusini

Pol Sid

Antaktika

lantartik

dunia

later

nchi

later

bahari

lamer

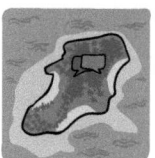

kisiwa

zil

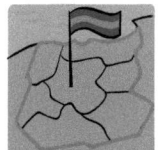

taifa

nasion

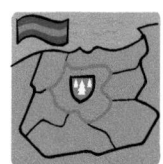

jimbo

leta

uso wa saa

kadran

akrabu ya saa

zegwi ler

akrabu ya dakika

zegwi minit

akrabu ya sekunde

zegwi segonn

Ni saa ngapi?

ki ler la ?

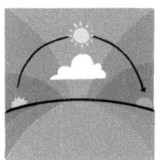

siku

zour

wakati

letan

sasa

aster-la

saa ya dijitali

mont dizital

dakika

minit

saa

ler

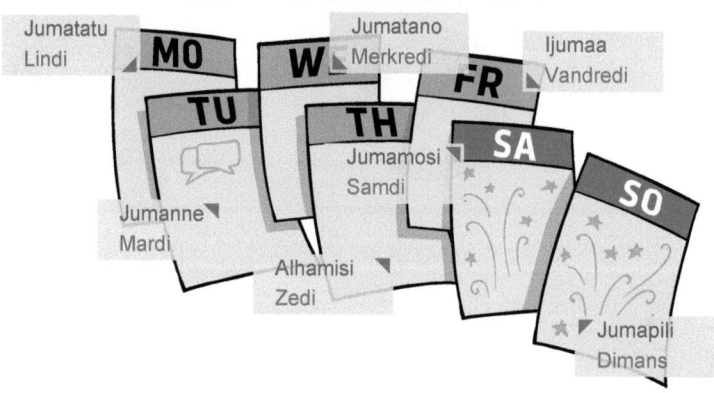

Jumatatu / Lindi — MO
Jumatano / Merkredi — W
Ijumaa / Vandredi — FR
TU
TH — Jumamosi / Samdi
SA
SO
Jumanne / Mardi
Alhamisi / Zedi
Jumapili / Dimans

jana
....
yer

leo
....
zordi

kesho
....
demin

asubuhi
....
gramatin

saa sita mchana
....
midi

jioni
....
aswar

MO	TU	WE	TH	FR	SA	SU
1	2	3	4	5	6	7
8	9	10	11	12	13	14
15	16	17	18	19	20	21
22	23	24	25	26	27	28
29	30	31	1	2	3	4

siku za biashara
....
zour travay

MO	TU	WE	TH	FR	SA	SU
1	2	3	4	5	6	7
8	9	10	11	12	13	14
15	16	17	18	19	20	21
22	23	24	25	26	27	28
29	30	31	1	2	3	4

mwishoni mwa wiki
....
wikenn

mvua
lapli

upinde wa mvua
larkansiel

theluji
lanez

upepo
divan[

majira ya machipuko
printan

vuli
otonn

kiangazi
lete

majira ya baridi
liver

4.APRIL	11°	☀
5.APRIL	4°	☁
6.APRIL	13°	☁
7.APRIL	8°	☀
8.APRIL	10°	☀

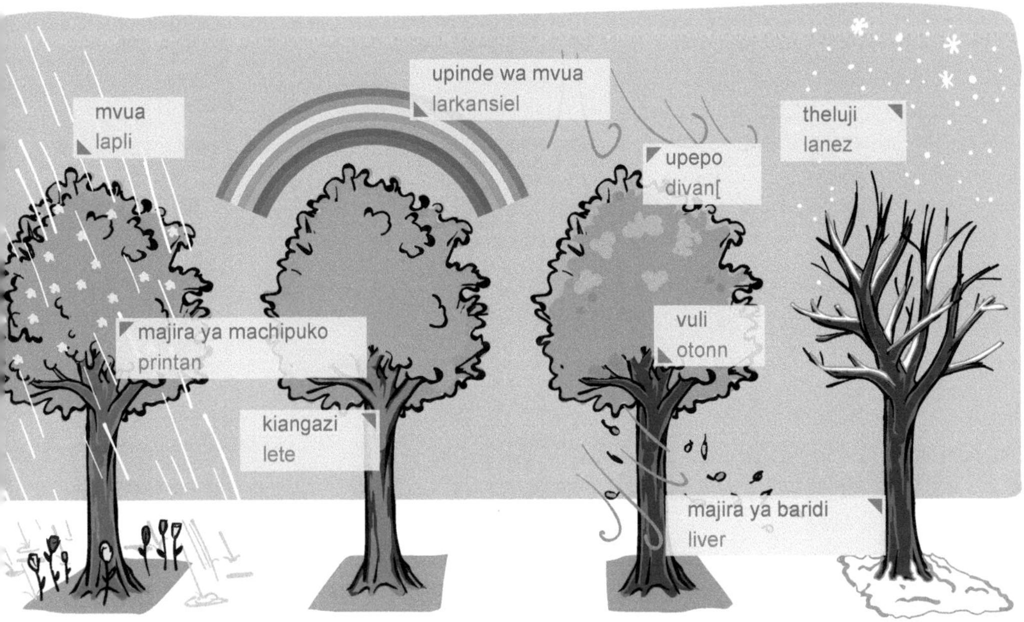

utabiri wa hali ya hewa

meteo

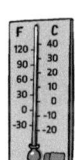

kipimajoto

termomet

mwanga wa jua

lalimier soley

wingu

niaz

ukungu

brouyar

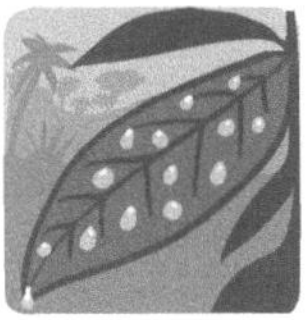

unyevu

limidite

umeme

lafoud

radi

toner

dhoruba

tanpet

mvua ya mawe

lagrel

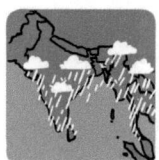

monsuni

mouson

mafuriko

inondasion

barafu

laglas

Januari

Zanvie

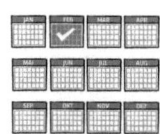

Februari

Fevriye

Machi

Mars

Aprili

Avril

Mei

Me

Juni

Zien

Julai

Zilie

Agosti

Out

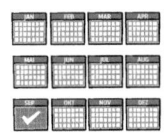

Septemba

Septam

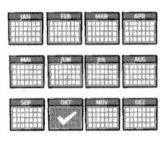

Oktoba

Oktob

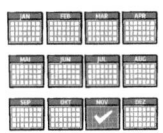

Novemba

Novam

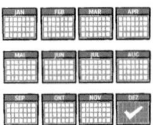

Desemba

Desam

maumbo
form

mduara

ron

mraba

kare

mstatili

rektang

pembetatu

triang

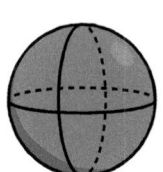

nyanja

sfer

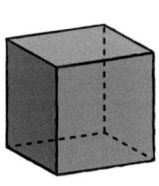

mchemraba

kib

nyeupe

blan

manjano

zonn

chungwa

oranz

rangi ya waridi

roz

nyekundu

rouz

hudhurungi

mov

bluu

ble

kijani

ver

hanja

maron

jivujivu

gri

nyeusi

nwar

mengi / kidogo

boukou / enn tigit

hasira / pole

ankoler / kalm

nzuri / mbaya

zoli / vilin

mwanzo / mwisho

koumansman / lafin

kubwa / ndogo

gro / tipti

angavu / giza

kler / obskirite

kaka / dada

frer / ser

safi / chafu

prop / sal

kamilika / tokamilika

konple / inkonple

siku / usiku

lizour / lanwit

wafu / hai

vivan / mor

pana / nyembamba

larz / sere

kulika / kutolika

komestib / inkomestib

ovu / ema

move / bon

sisimkwa / udhika

exsite / agase

nene / nyembamba

gra / mins

kwanza / mwisho

premie / dernie

rafiki / adui

kamwad / lennmi

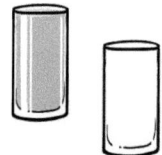

jaa / tupu

ranpli / vid

ngumu / laini

dir / mou

nzito / nyepesi

lour / leze

njaa / kiu

fin / swaf

mgonjwa / mwenye afya

malad / bien

haramu / kisheria

ilegal / legal

akili / kijinga

intelizan / kouyon

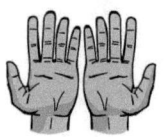

kushoto / kulia

gos / drwat

karibu / mbali

pre / lwin

mpya / kutumika

nouvo / ize

kitu / jambo

nanye / kiksoz

zee / changa

vie / zenn

waka / zima

demare / arete

wazi / fungwa

ouver / ferme

utulivu / kelele

trankil / for

tajiri / masikini

ris / pov

sahihi / kosa

bon / move

mbaya / laini

brit / lis

huzunika / furahia

tris / zwaye

fupi /ndefu

kourt / long

polepole / haraka

lan / rapid

nyevu / kavu

tranpe / sek

joto / baridi

so / fre

vita / amani

lager / lape

kinyume - opozision

0

sufuri

zero

1

moja

enn

2

mbili

de

3

tatu

trwa

4

nne

kat

5

tano

sink

6

sita

sis

7

saba

set

8

nane

wit

9

tisa

nef

10

kumi

distribiter biye

11

kumi na moja

onz

12

kumi na mbili

douz

13

kumi na tatu

trez

14

kumi na nne

katorz

15

kumi na tano

kinz

16

kumi na sita

sez

17

kumi na saba

diset

18

kumi na nane

dizwit

19

kumi na tisa

diznef

20

ishirini

vin

100

mia

san

1.000

elfu

mil

1.000.000

milioni

milyon

Kiingereza

Angle

Kiingereza cha Marekani

Angle Lamerik

Kimandarini cha Uchina

Mandarin Sinwa

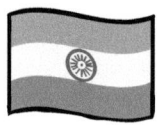

Kihindi

Hindi

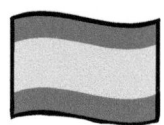

Kihispania

espagnol

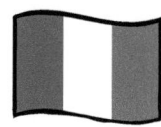

Kifaransa

Franse

Kiarabu

Arab

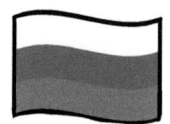

Kirusi

Ris

Kireno

Portige

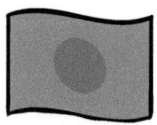

Kibengali

Bengali

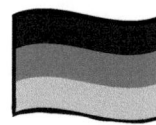

Kijerumani

Alman

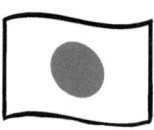

Kijapani

Zapone

mimi
mo

wewe
to

yeye / yeye / ni
li

sisi
nou

wewe
ou

wao
zot

nani?
kisana?

nini?
kiete?

jinsi gani?
kouma?

wapi?
kotsa?

lini?
kan?

jina
nom

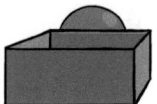

nyuma

deryer

katika

dan

mbele ya

devan

juu ya

lor

kwenye

lor

chini ya

anba

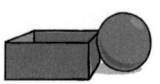

kando

akote

kati

ant

mahali

plas